Nita vào Bệnh Viện

Nita Goes to Hospital

Story by Henriette Barkow

Models and Illustrations by Chris Petty

Vietnamese translation by Nguyen Thu Hien & Ben Lovett

mantra lingua

Nita đang chơi cùng Rocky. "Bắt lấy!" cô bé gọi to. Rocky nhảy, bắt trượt và chạy theo quả bóng, ra phía bên ngoài công viên và xuống lòng đường.

"DỪNG LẠI! ROCKY! DỪNG LẠI!" Nita gọi theo. Cô bé mải miết đuổi theo kịp Rocky nên không nhìn thấy...

Nita was playing ball with Rocky. "Catch!" she shouted. Rocky jumped, missed and ran after the ball, out of the park and into the road.

"STOP! ROCKY! STOP!" Nita shouted. She was so busy trying to catch Rocky that she didn't see...

một chiếc Ô TÔ.

the CAR.

Chú lái xe đạp mạnh vào phanh. KÍT! Nhưng quá muộn!
HUỴCH! Chiếc ô tô va vào Nita và cô bé ngã xuống
mặt đường cùng tiếng RẮC ghê rợn.

The driver slammed on the brakes. SCREECH! But it was too
late! THUD! The car hit Nita and she fell to the ground with a
sickening CRUNCH.

"NITA!" Mẹ kêu thét lên. "Ai đó gọi xe cứu thương!" mẹ kêu to vuốt tóc Nita và ôm lấy cô bé.

Chú lái xe gọi xe cứu thương.

"Mẹ, chân con bị đau," Nita khóc, những giọt nước mắt lăn dài trên khuôn mặt cô bé.

"Mẹ biết là rất đau, nhưng cố gắng đừng cử động," Mẹ nói. "Sự giúp đỡ sẽ đến đây nhanh thôi."

"NITA!" Ma screamed. "Someone call an ambulance!" she shouted, stroking Nita's hair and holding her.

The driver dialled for an ambulance.

"Ma, my leg hurts," cried Nita, big tears rolling down her face.

"I know it hurts, but try not to move," said Ma. "Help will be here soon."

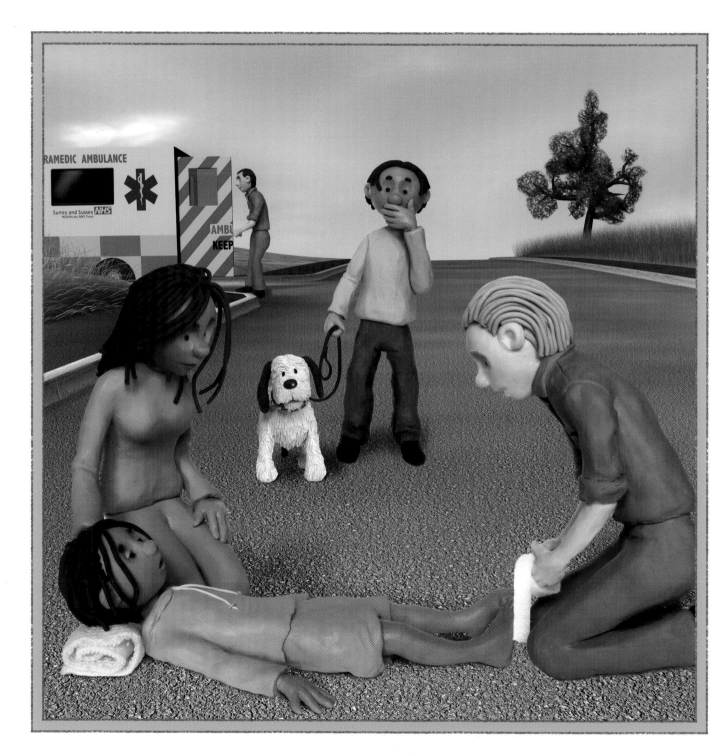

Xe cứu thương đến và hai nhân viên hộ thương đi về phía cô bé với chiếc băng ca.

"Chào cháu, chú là John. Chân của cháu bị xưng to. Nó có thể bị gãy," chú John nói. "Chú sẽ đặt nẹp để giữ chân không cho cử động."

Nita cắn môi. Cái chân thực sự rất đau.

"Cháu là một cô bé rất can đảm," chú John nói, nhẹ nhàng nhấc Nita đang nằm trên băng ca đưa lên xe cứu thương. Mẹ cũng trèo lên cùng.

The ambulance arrived and two paramedics came with a stretcher.

"Hello, I'm John. Your leg's very swollen. It might be broken," he said. "I'm just going to put these splints on to stop it from moving."

Nita bit her lip. The leg was really hurting.

"You're a brave girl," he said, carrying her gently on the stretcher to the ambulance. Ma climbed in too.

Nita nằm trên băng ca nắm chặt lấy Mẹ, trong khi chiếc xe cứu thương chạy nhanh qua các đường phố – còi báo động, đèn nhấp nháy – xuốt đường đi tới bệnh viện.

Nita lay on the stretcher holding tight to Ma, while the ambulance raced through the streets – siren wailing, lights flashing – all the way to the hospital.

Ở cổng bệnh viện nhiều người ở đó. Nita cảm thấy sợ hãi.

"Ôi, chuyện gì đã xảy ra với cháu thế này?" một cô y tá hỏi rất ân cần.

"Ô tô va vào cháu và chân cháu rất đau," Nita trả lời, chớp chớp mắt giữ những giọt nước mắt lại.

"Cô chú sẽ cho cháu thuốc giảm đau ngay sau khi bác sĩ khám," chú cứu thương nói với cô bé. "Bây giờ chú phải kiểm tra nhiệt độ của cháu và lấy một ít máu. Cháu sẽ cảm thấy nhói một ít thôi."

At the entrance there were people everywhere. Nita was feeling very scared.

"Oh dear, what's happened to you?" asked a friendly nurse.

"A car hit me and my leg really hurts," said Nita, blinking back the tears.

"We'll give you something for the pain, as soon as the doctor has had a look," he told her. "Now I've got to check your temperature and take some blood. You'll just feel a little jab."

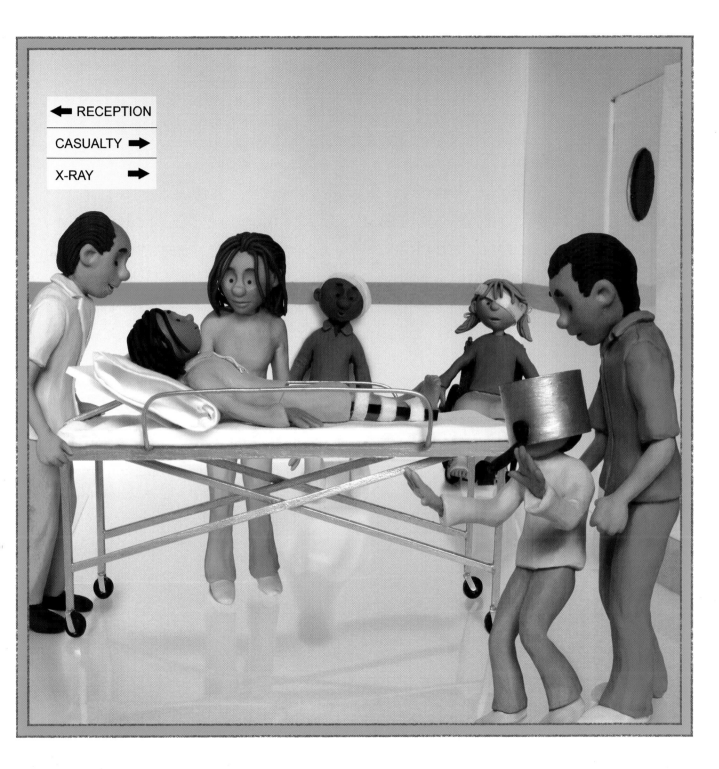

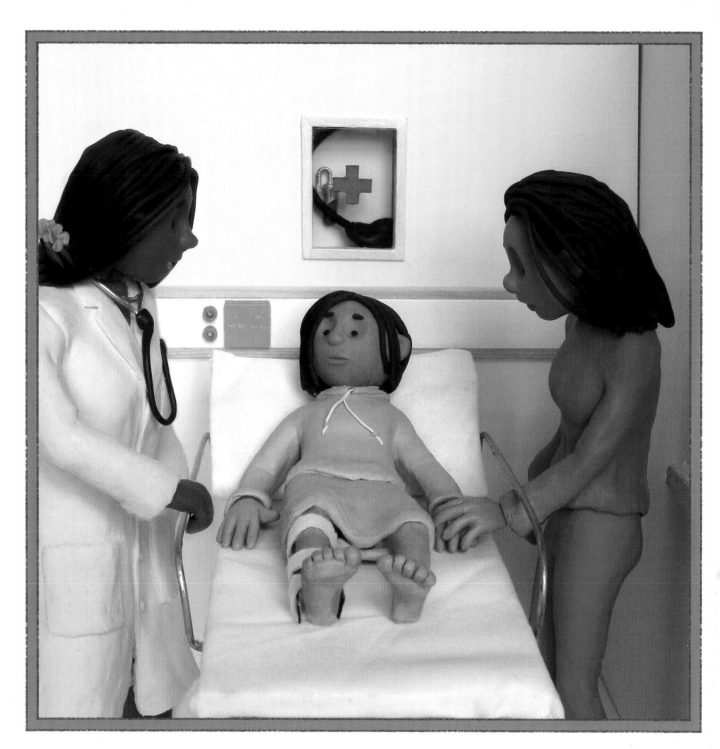

Tiếp sau đó bác sĩ đến. "Chào Nita," bác sĩ nói. "Ồ, làm thế nào để bị thế này?"

"Ô tô va vào cháu. Chân cháu rất đau," Nita sụt sịt.

"Cô sẽ cho cháu cái gì đó để giảm đau. Nào hãy xem chân của cháu," bác sĩ nói. "À, giường như nó bị gãy. Chúng ta phải chụp x-quang để nhìn kỹ hơn."

Next came the doctor. "Hello Nita," she said. "Ooh, how did that happen?"

"A car hit me. My leg really hurts," sobbed Nita.

"I'll give you something to stop the pain. Now let's have a look at your leg," said the doctor. "Hmm, it seems broken. We'll need an x-ray to take a closer look."

Một nhân viên làm nhiệm vụ di chuyển bệnh nhân đẩy xe của Nita đến khoa x-quang ở đó có rất nhiều người đang chờ đợi.

Cuối cùng thì cũng đến lượt Nita. "Chào Nita," cô nhân viên chụp x-quang nói. "Cô sẽ chụp ảnh bên trong chân của cháu bằng chiếc máy này," cô ta nói và chỉ về phía máy chụp x-quang. " Đừng lo không đau đâu. Cháu chỉ phải giữ thật im trong khi cô chụp."

Nita gật đầu.

A friendly porter wheeled Nita to the x-ray department where lots of people were waiting.

At last it was Nita's turn. "Hello Nita," said the radiographer. "I'm going to take a picture of the inside of your leg with this machine," she said pointing to the x-ray machine. "Don't worry, it won't hurt. You just have to keep very still while I take the x-ray."

Nita nodded.

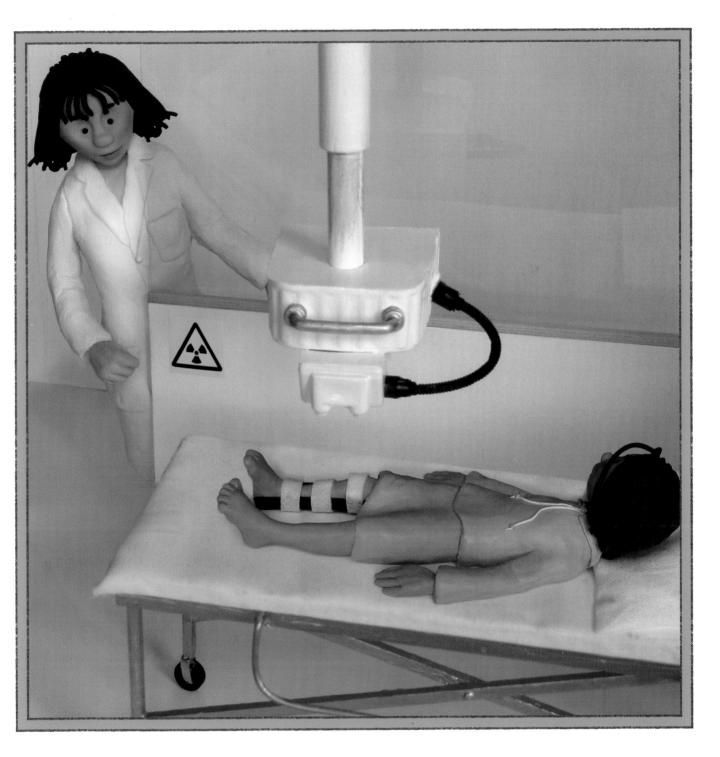

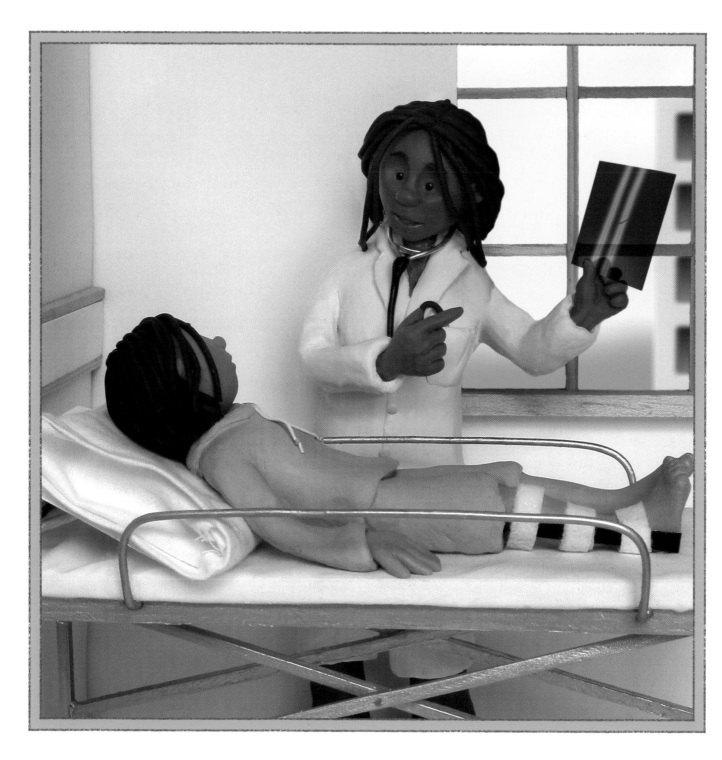

Một thời gian ngắn sau đó cô bác sĩ đến cùng với phim chụp x-quang. Cô bác sĩ giơ phim ra trước ánh sáng và Nita có thể nhìn thấy xương ở phía bên trong chân của cô bé!

"Đúng như cô nghĩ," cô bác sĩ nói. "Chân cháu bị gãy. Các cô chú sẽ chỉnh lại và bó bột. Làm thế sẽ giữ đúng vị trí để cho xương có thể liền lại. Nhưng hiện tại chân cháu bị xưng quá to. Cháu sẽ phải ở lại trong bệnh viện qua đêm."

A little later the doctor came with the x-ray. She held it up and Nita could see the bone right inside her leg!

"It's as I thought," said the doctor. "Your leg is broken. We'll need to set it and then put on a cast. That'll hold it in place so that the bone can mend. But at the moment your leg is too swollen. You'll have to stay overnight."

Người nhân viên lúc nãy đẩy xe của Nita đến khu giành cho trẻ em.

"Chào Nita. Tên cô là Rose và cô là y tá đặc biệt của cháu. Cô sẽ chăm sóc cháu. Cháu đến thật đúng lúc," cô y tá mỉm cười.

"Vì sao ạ?" Nita hỏi.

"Vì bây giờ là bữa tối. Các cô sẽ đặt cháu ngồi lên giường và sau đó cháu có thể ăn một vài thức ăn gì đó."

Cô y tá Rose đặt đá xung quanh chân Nita và cho cô bé thêm gối, không phải cho gối đầu... mà cho cái chân của cô bé.

The porter wheeled Nita to the children's ward. "Hello Nita. My name's Rose and I'm your special nurse. I'll be looking after you. You've come just at the right time," she smiled.

"Why?" asked Nita.

"Because it's dinner time. We'll pop you into bed and then you can have some food."

Nurse Rose put some ice around Nita's leg and gave her an extra pillow, not for her head... but for her leg.

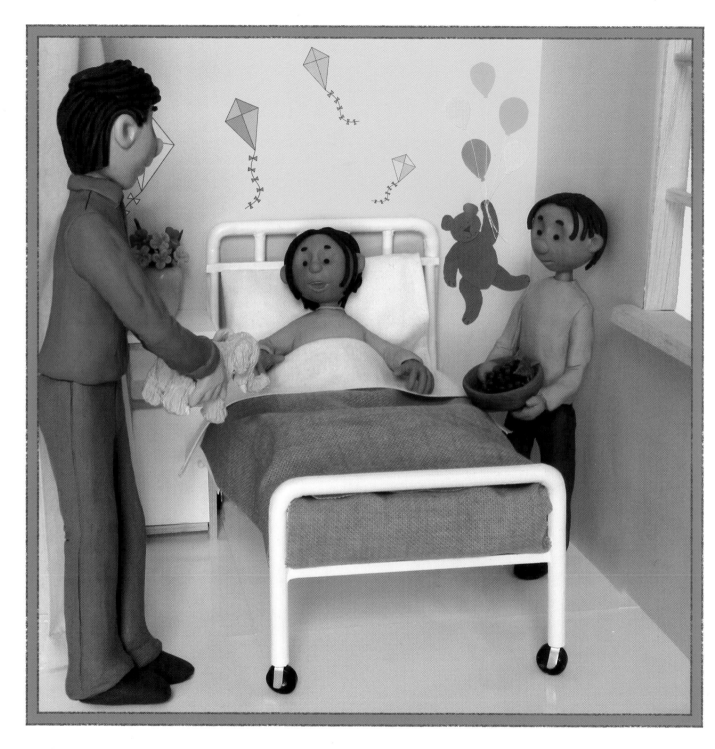

Sau bữa tối Bố và Jay đến. Bố ôm Nita và mang đến đồ chơi mà Nita yêu thích.

"Xem chân của em nào?" Jay nói. "Ui! Nhìn sợ quá. Có đau lắm không?"

"Đau lắm," Nita trả lời, "nhưng các cô chú cho em uống thuốc giảm đau."

Cô y tá Rose đo nhiệt độ của Nita lần nữa. "Bây giờ đến giờ đi ngủ," cô y tá nói. "Bố và anh của cháu phải về còn Mẹ thì có thể ở đây... suốt đêm."

After dinner Dad and Jay arrived. Dad gave her a big hug and her favourite toy.

"Let's see your leg?" asked Jay. "Ugh! It's horrible. Does it hurt?"

"Lots," said Nita, "but they gave me pain-killers."

Nurse Rose took Nita's temperature again. "Time to sleep now," she said. "Dad and your brother will have to go but Ma can stay... all night."

Buổi sáng sớm ngày hôm sau cô bác sỹ đến kiểm tra chân của Nita. "À chân cháu nhìn đỡ nhiều rồi," cô bác sỹ nói. "Cô nghĩ là chân cháu đã ổn định để bó bột."

"Thế có nghĩa là gì ạ?" Nita hỏi.

"Các cô chú sẽ cho cháu thuốc gây mê để làm cháu ngủ. Sau đó các cô chú sẽ nắn xương lại cho đúng vị trí và giữ chân bằng lớp bột cứng ở bên ngoài. Đừng lo cháu sẽ không cảm thấy gì đâu," cô bác sỹ nói.

Early next morning the doctor checked Nita's leg. "Well that looks much better," she said. "I think it's ready to be set."

"What does that mean?" asked Nita.

"We're going to give you an anaesthetic to make you sleep. Then we'll push the bone back in the right position and hold it in place with a cast. Don't worry, you won't feel a thing," said the doctor.

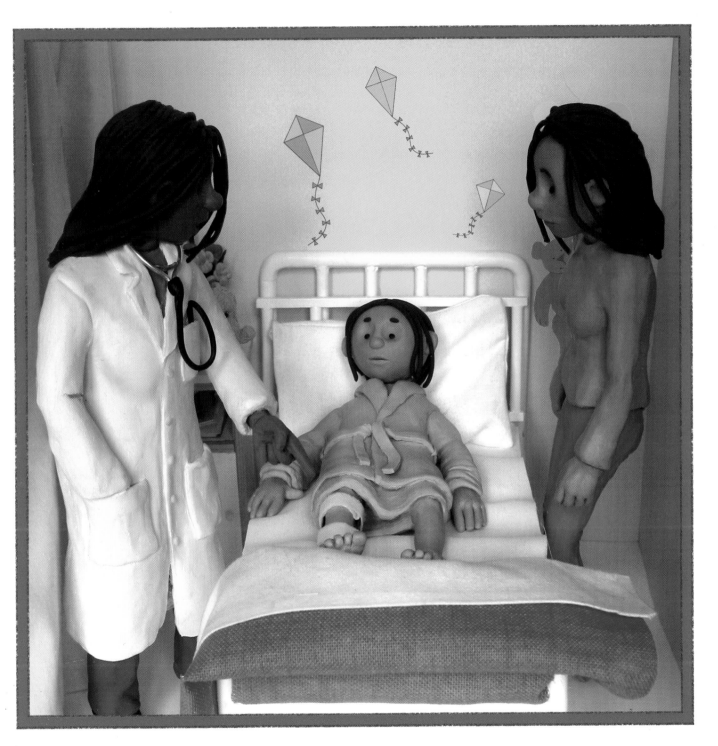

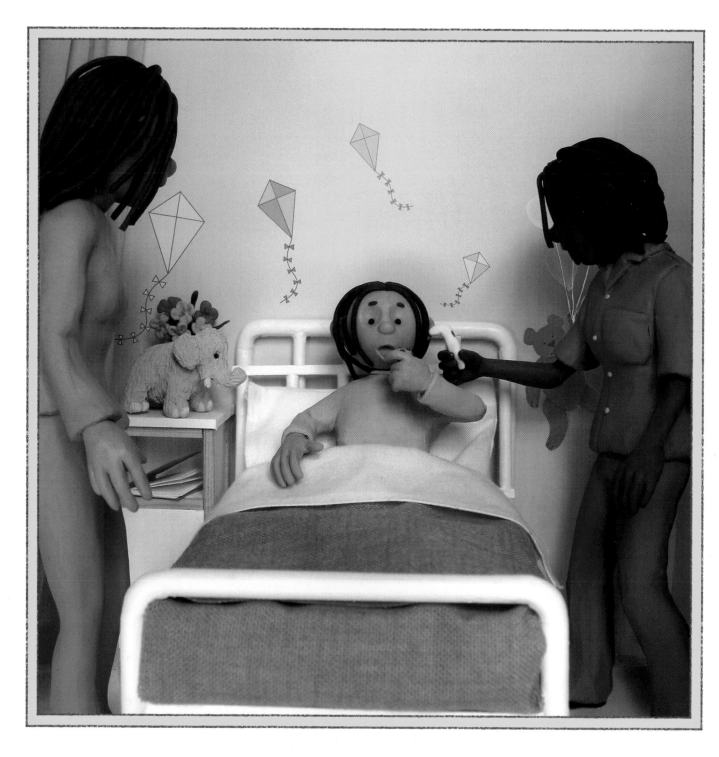

Nita có cảm giác là cô bé đã ngủ xuốt cả tuần. "Con đã ngủ lâu chưa, Mẹ?" Nita hỏi.

"Chỉ khoảng một tiếng thôi," Mẹ mỉm cười.

"Chào Nita," cô y tá Rose nói. "Thật tốt là cháu đã tỉnh lại. Chân của cháu thế nào rồi?"

"Ổn rồi ạ, nhưng nó rất nặng và khó cử động," Nita trả lời. "Cháu có thể ăn một ít gì được không ạ?"

"Ừ, bữa trưa cũng sắp đến rồi," cô Rose nói.

Nita felt like she'd been asleep for a whole week. "How long have I been sleeping, Ma?" she asked.

"Only about an hour," smiled Ma.

"Hello Nita," said Nurse Rose. "Good to see you've woken up. How's the leg?"

"OK, but it feels so heavy and stiff," said Nita. "Can I have something to eat?"

"Yes, it'll be lunchtime soon," said Rose.

Đến bữa trưa thì Nita đã cảm thấy dễ chịu hơn nhiều. Cô y tá Rose đặt Nita lên xe lăn để Nita có thể tham gia chơi cùng các bạn khác.

"Chuyện gì đã xảy ra với bạn thế ?" một bạn trai hỏi.

"Gãy chân," Nita nói. "Thế còn bạn?"

"Tớ có phẫu thuật ở tai," bạn trai trả lời.

By lunchtime Nita was feeling much better. Nurse Rose put her in a wheelchair so that she could join the other children.

"What happened to you?" asked a boy.

"Broke my leg," said Nita. "And you?"

"I had an operation on my ears," said the boy.

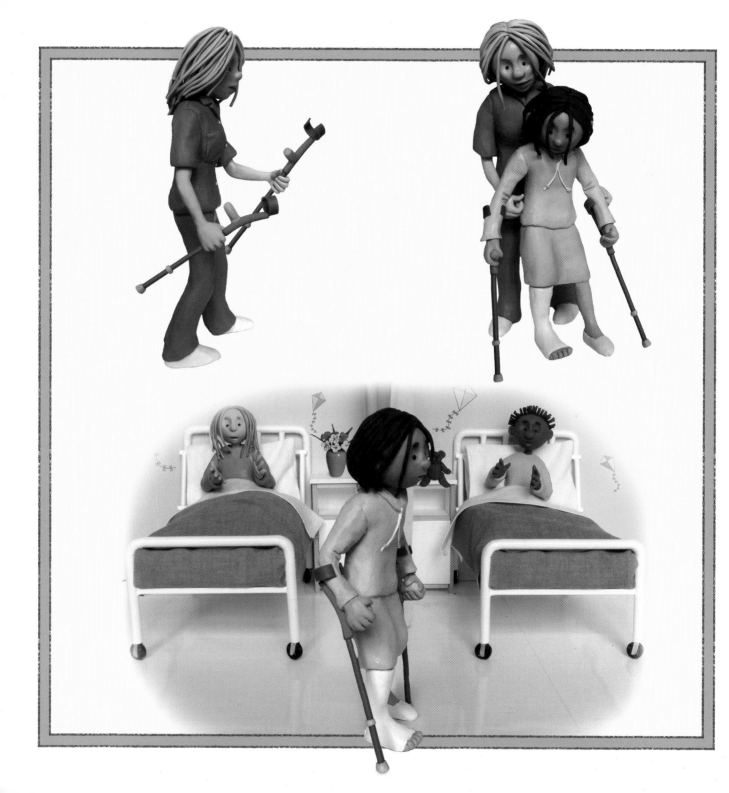

Buổi chiều hôm đó bác sỹ chỉnh hình đến với hai chiếc nạng. "Cái này cho cháu Nita. Nó sẽ giúp cháu đi lại," cô bác sỹ nói.

Khập khiễng và lảo đảo, đẩy và giữ, Nita chẳng bao lâu đã đi lại được xung quanh khu điều trị.

"Tốt," cô bác sỹ chỉnh hình nói. "Cô nghĩ là cháu có thể được về nhà. Cô sẽ gọi bác sỹ đến khám cho cháu."

In the afternoon the physiotherapist came with some crutches. "Here you are Nita. These will help you to get around," she said.

Hobbling and wobbling, pushing and holding, Nita was soon walking around the ward.

"Well done," said the physiotherapist. "I think you're ready to go home. I'll get the doctor to see you."

Buổi tối hôm đó Mẹ, Bố, Jay và Rocky đến đón Nita.
"Ồ hay," Jay nói và nhìn vào khung bó bột của Nita.
"Anh có thể vẽ lên khung bó bột được không?"
"Bây giờ thì không được! Để khi nào về nhà," Nita nói.
Mang khung bó bột có thể không phải là điều quá tồi tệ.

That evening Ma, Dad, Jay and Rocky came to collect Nita.
"Cool," said Jay seeing Nita's cast. "Can I draw on it?"
"Not now! When we get home," said Nita. Maybe having a
cast wasn't going to be so bad.